പുഷ്പവാടി

(കവിതാസമാഹാരം)

എൻ. കുമാരനാശാൻ

Title: Pushpavadi

Author: Kumaran Asan

Language: Malayalam

First Published on: 1922

Published on: 2024

Book Format: Paperback

Category: Poetry

Subject: Poetry

No. of pages: 31

*Size: 6inch * 9inch*

ഉള്ളടക്കം

മുഖവുര....4
കവിതകൾ....6
- പ്രഭാതപ്രാർത്ഥന....6
- കുട്ടിയും തള്ളയും....8
- പരുക്കേറ്റ കുട്ടി....9
- കൊച്ചുകിളി....10
- പൂക്കാലം....11
- തോട്ടത്തിലെ എട്ടുകാലി....13
- അമ്പിളി....14
- മിന്നാമിനുങ്ങ്....16
- നിശാപ്രാർത്ഥന....19
- ഈശ്വരൻ....20
- വണ്ടിന്റെ പാട്ട്....22
- കപോതപുഷ്പം....23
- നിഷ്കപടതയോട്....25
- ഗുണനിഷ്ഠ....27
- സങ്കീർത്തനം....28
- ദീപാർപ്പണം....30

This page is intentionally left Blank.

മുഖവുര

എന്റെ കൃതിശകലങ്ങളിൽ ചിലതിനെ തിരഞ്ഞെടുത്ത് പുഷ്പവാടി എന്ന പേരിൽ ഒരു പുസ്തകമായി പ്രസിദ്ധപ്പെടുത്താൻ ഉദ്ദേശിച്ചിട്ട് ഇപ്പോൾ ഒരു വ്യാഴവട്ടത്തിനുമേലാകും. ഏതാണ്ട് പത്തുകൊല്ലം മുമ്പ് വീണ പൂവ് എന്ന ഖണ്ഡകൃതി പ്രത്യേകപുസ്തകമായി പ്രസിദ്ധപ്പെടുത്തിയപ്പോൾ അതിന്റെ പുറംകടലാസ്സിൽ ഒരു പരസ്യം വഴിയായി ആ സംഗതി പ്രതിജ്ഞാപിച്ചിരുന്നതായും ഓർക്കുന്നു. അന്നുമുതൽ രേഖാമൂലമായും മുഖദാവിലും പുഷ്പവാടി ആവശ്യപ്പെട്ടുകൊണ്ട് എന്നെയും എന്റെ പുസ്തകവ്യാപാരികളെയും പല സുഹൃത്തുക്കളും ബുദ്ധിമുട്ടിച്ചുവന്നു എന്നുള്ള വസ്തുതയും വിസ്മരിക്കാവുന്നതല്ല. ഈ കാരണങ്ങളാൽ ഇത്ര താമസിച്ചു പുറപ്പെടുന്നതാനെങ്കിലും ഈ പുസ്തകത്തിനു മറ്റു പ്രകാരമുള്ള ഔചിത്യത്തെപ്പറ്റി അത്രയൊന്നും ചിന്തിക്കാതെതന്നെ പുഷ്പവാടി എന്നു നാമകരണം ചെയ്‌വാൻ ഇടയായിട്ടുള്ളതാണ്. പഴയ പ്രതിജ്ഞയേയും സുഹൃത്തുക്കളുടെ പ്രതീക്ഷയേയും നിറവേറ്റാൻ ഇത് ഏതെങ്കിലും പ്രകാരത്തിൽ പര്യാപ്തമാകുമെങ്കിൽ ഭാഗ്യമായി.

സാർവ്വജനീനമായ ചില ചെറുകൃതികൾ മാത്രമാണ് ഇതിൽ തിരഞ്ഞെടുത്തു ചേർത്തിട്ടുള്ളത്. അതിൽ ആദ്യമാദ്യം കാണുന്നവ പ്രായേണ ബാഹ്യപ്രകൃതിയിലുള്ള ഏതാനും മനോഹരവസ്തുക്കളേയും സരസസന്ദർഭങ്ങളേയും ഒടുവിലുള്ളവ ഈശ്വരഭക്തി മുതലായ ചില

ഉത്കൃഷ്ടമനോഭാവങ്ങളേയും പരാമർശിച്ച് എഴുതിയിട്ടുള്ളതാകുന്നു. ആദ്യഭാഗം അധികം ബാലന്മാരുടെ അഭിരുചിയെ ലാക്കാക്കിയും ഒടുവിലത്തെ ഭാഗം പ്രായമായവർക്കുകൂടി രസിക്കത്തക്കവണ്ണവും ഉള്ള ഉദ്ധരണങ്ങളുമാണ്. ഓരോ കൃതിയുടേയും അടിയിൽ അതെഴുതിയ കാലത്തെയോ സന്ദർഭത്തേയോ സൂചിപ്പിക്കുന്ന കുറിപ്പുകളും കൊടുത്തിട്ടുണ്ട്.

ഇതിനെ പിന്തുടർന്നു മറ്റു പ്രമേയങ്ങളിലുള്ള ചില ലഘുകൃതികളും അനുരൂപമായ നാമത്തിൽ പുസ്തകരൂപേണ താമസിയാതെ പുറപ്പെടുന്നതാകുന്നു. ഈ പ്രസിദ്ധീകരണത്തിൽ പ്രൂഫ് പരിശോധിച്ചുംമറ്റും ശ്രീമാന്മാർ കെ. അയ്യപ്പൻ ബി.എ., കെ. സദാശിവൻ ബി.എ. ഈ ഭാഷാപ്രണയികൾ ചെയ്തുതന്നിട്ടുള്ള സാഹായ്യത്തെ ഞാൻ സസ്നേഹം സ്മരിക്കുന്നു.

കുമാരനാശാൻ

തിരുവനന്തപുരം
ഏപ്രിൽ 17

പുഷ്പവാടി

കവിതകൾ

പ്രഭാതപ്രാർത്ഥന

സകലാശ്രയമായി രാത്രിയും
പകലും നിന്നെരിയും പ്രദീപമേ,
ജഗദീശ, ജയിക്ക! ശാശ്വതം
നിഗമം തേടിന നിൻപദാംബുജം.

അരുണോദയമായി, പൂക്കൾപോൽ
വിരിയുന്നൂ കരണോൽക്കരം വിഭോ.
തിരിയെത്തെളിയുന്നു ഹന്ത! നീ
തിരനീക്കുന്നൊരു ലോകരംഗവും.

ഒരു ഭീതിയെഴാതെ കാത്തു, ദു-
ഷ്കരസാംസാരികപോതയാത്രയിൽ
കര കാട്ടുക നിന്നു നീ കൃപാ-
കര, ഞാൻ ദിക്കറിയാത്ത നാവികൻ.

ഗുണമെന്നിയൊരാൾക്കുമെന്നിൽനി-
ന്നണയായ്‌വാൻ തരമാകണം വിഭോ,
അണുജീവിയിലും സഹോദര-
പ്രണയം ത്വൽ കൃപയാലെ തോന്നണം.

ഉളവാകണമാത്മതുഷ്ടിയീ-
യെളിയോനിങ്ങനെ പോകണം ദിനം,

ഇളകാതെയുമിന്ദ്രിയാർത്തിയാൽ
കളിയായും കളവോതിടാതെയും.

അഖിലോപരിയെന്റെ ബുദ്ധിയിൽ
സുഖദുഃഖങ്ങളിൽ മാറ്റമെന്നിയേ
ജഗദീശ, തെളിഞ്ഞു നിൽക്കണം
നിഗമം തേടിന നിൻ പദാംബുജം.

        ഏപ്രിൽ 1931

കുട്ടിയും തള്ളയും

ഈ വല്ലിയിൽ നിന്നു ചെമ്മേ—പൂക്കൾ
പോവുന്നിതാ പറന്നമ്മേ!
തെറ്റീ! നിനക്കുണ്ണി ചൊല്ലാം—നൽപ്പൂ-
മ്പാറ്റകളല്ലേയിതെല്ലാം.
മേൽക്കുമേലിങ്ങിവ പൊങ്ങീ—വിണ്ണിൽ
നോക്കമ്മേ,യെന്തൊരു ഭംഗി!
അയ്യോ! പോയ്ക്കൂടിക്കളിപ്പാൻ—അമ്മേ!
വയ്യേയെനിക്കു പറപ്പാൻ!
ആകാത്തതിങ്ങനെ എണ്ണീ—ചുമ്മാ
മാഴ്കൊല്ലായെന്നോമലുണ്ണീ!
പിച്ചനടന്നു കളിപ്പൂ—നീയി-
പ്പിച്ചകമുണ്ടോ നടപ്പൂ?
അമ്മട്ടിലായതെന്തെന്നാൽ? ഞാനൊ-
രുമ്മതരാമമ്മ ചൊന്നാൽ.
നാമിങ്ങറിയുവതല്പം—എല്ലാ-
മോമനേ, ദേവസങ്കല്പം.

ഏപ്രിൽ 1931

പരുക്കേറ്റ കുട്ടി

അരികത്തമ്പോടു വരുന്നുണ്ടമ്മ ഞാൻ
കരയായ്കോമനേ കരൾ വാടി
പുരികവും ചുണ്ടും ചുളിച്ചു നീ വിങ്ങി-
ക്കരയായ്കോമനേ വരുന്നു ഞാൻ.

പനിനീർച്ചെമ്പകച്ചെറുമുള്ളേറ്റു നിൻ
കുരുന്നു കൈവിരൽ മുറിഞ്ഞിതേ!
തനിയേ തൈമാവിൽക്കയറി വീണോമൽ-
ച്ചെറുകാൽമുട്ടുകൾ ചതഞ്ഞിതേ!

മറിച്ചിട്ടിപ്പടം മുകളിൽ നിന്നയ്യോ!
മുറിച്ചിതേ പൊന്നിൻ നിറുകയും
മുറിയിൽക്കട്ടിന്മേൽ കയറിച്ചാഞ്ചാടി-
ത്തറയിൽ വീണിപ്പൂങ്കവിളും നീ.

കരുതേണ്ട തല്ലുമിതിനായ് ഞാനെന്നു,
കരയേണ്ട നോവുമകന്നു പോം
അറിയാപ്പൈതൽ നീ കളിയാടിയേറ്റ
മുറിവു ഭൂഷണം നിനക്കുണ്ണീ.

ഉരച്ചിവണ്ണമക്ഷതമോരോന്നുമേ
തിരിക്കു ചുംബിച്ചാളുടനമ്മ,
സ്ഫുരിച്ച പുഷ്പത്തെയളിപോലെ, കുട്ടി
ചിരിച്ചാൻ കാർ നീങ്ങും ശശിപോലെ.

ഒക്ടോബർ 1919

കൊച്ചുകിളി

ചൊല്ലുകെന്തു ചെറുപക്ഷി നീ കളി-
ച്ചുല്ലസിപ്പതിതുപോലെയെപ്പൊഴും
അല്ലൽ നീയറികയില്ലയോ? നിന-
ക്കില്ലയോ പറകെഴുത്തുപള്ളിയും?

കൊച്ചുശാഖകളിലാഞ്ഞിരിപ്പതും
പിച്ചിയന്നപടി പാടിടുന്നതും
ഇച്ഛപോലുയരെ നീ പറപ്പതും
മെച്ചമിന്നിവയെനിക്കു കൂടുമോ?

കാലുയർത്തിയയി, കാറ്റിലാടുമൂ-
ഞ്ഞാലിൽ മേവി രസമേലുമെത്ര ഞാൻ!
നീലവിൺവഴി പറന്നെഴും സുഖം
ലോലമെയ്യിതിൽ നിനക്കൊതുങ്ങുമോ?

ചിത്രമിങ്ങു, പുഴ കുന്നിവറ്റ തെ-
ല്ലത്തലെന്നി കിളി, നീ കടപ്പതും
എത്തി വന്മുതലമേലുമാനതൻ-
മസ്തകത്തിലുമിരുന്നിടുന്നതും!

ചേണിയന്ന ചിറകാർന്നൊരോമന-
പ്രാണി, നിൻതടവകന്ന ലീലകൾ
കാണുകിൽക്കൊതിവരും—പഠിക്കുവാൻ
പോണു—കൊച്ചുകിളിയായതില്ല ഞാൻ !

ഏപ്രിൽ 1910

പൂക്കാലം

പൂക്കുന്നിതാ മുല്ല, പൂക്കുന്നിലഞ്ഞി,
പൂക്കുന്നു തേന്മാവു, പൂക്കുന്നശോകം;
വായ്ക്കുന്നു വേലിക്കു വർണ്ണങ്ങൾ, പൂവാൽ
ചോക്കുന്നു കാടന്തിമേഘങ്ങൾപോലെ.

എല്ലാടവും പുഷ്പഗന്ധം പരത്തി
മെല്ലെന്നു തെക്കുന്നു വീശുന്നു വായു;
ഉല്ലാസമീ നീണ്ട കൂകൂരവത്താ-
ലെല്ലാർക്കുമേകുന്നിതേ കോകിലങ്ങൾ.

കാണുന്നിതാ രാവിലേ പൂവു തേടി
ക്ഷീണത്വമോരാത്ത തേനീച്ച കാട്ടിൽ
പോണേറെയുത്സാഹമുൾക്കൊണ്ടിവയ്ക്കെ-
ന്തോണം വെളുക്കുന്നുഷസ്സോയിതെല്ലാം?

പാടങ്ങൾ പൊന്നിൻനിറംപൂണ്ടു, നീളെ-
പ്പാടിപ്പറന്നെത്തിയീത്തത്തയെല്ലാം
കേടറ്റ നെല്ലിൻ കതിർക്കാമ്പുകൊത്തി-
ക്കൂടാർന്ന ദിക്കോർത്തു പോകുന്നു വാനിൽ.

ചന്തം ധരയ്ക്കേറെയായ് ശീതവും പോ,-
യന്തിക്കു പൂങ്കാവിലാളേറെയായി;
സന്തോഷമേറുന്നു, ദേവാലയത്തിൽ
പൊന്തുന്നു വാദ്യങ്ങൾ—വന്നൂ വസന്തം!

നാകത്തിൽനിന്നോമനേ, നിന്നെ വിട്ടീ
ലോകത്തിനാനന്ദമേകുന്നിതീശൻ
ഈ കൊല്ലമീ നിന്റെ പാദം തൊഴാം ഞാൻ

പോകൊല്ല പോകൊല്ല പൂക്കാലമേ നീ!

ചിന്തിച്ചിളങ്കാറ്റുതൻ നിസ്വനത്താ-
ലെന്തോന്നുരയ്ക്കുന്നു നീ?—ഞാനറിഞ്ഞു,
"എന്താതനാം ദേവനോതുന്നതേ ഞാ-
നെന്താകിലും ചെയ്യു"വെന്നല്ലയല്ലീ?

22 ഏപ്രിൽ 1910

തോട്ടത്തിലെ എട്ടുകാലി

തളിർത്തുലഞ്ഞു നിന്നിടും തരുക്കൾതന്റെ ശാഖയിൽ
കൊളുത്തിനീണ്ട നൂലു രശ്മിപോലെ നാലു ഭാഗവും,
കുളത്തിനുള്ളു കാണുമർക്കബിംബമൊത്തു കാറ്റിലീ-
വെളുത്ത കണ്ണിവച്ചെഴും വിചിത്രരൂപനാരിവൻ?

അടുത്തിടുന്നൊരീച്ച പാറ്റയാദിയായ ജീവിയെ-
പ്പിടിപ്പതിന്നു കണ്ണിവച്ചൊളിച്ചിരുന്നുകൊള്ളുവാൻ
പഠിച്ച കള്ളനാരു നീ പ്രഗൽഭനായ മുക്കുവ-
ക്കിടാത്തനോ? കടുത്ത കാട്ടിലുള്ള കൊച്ചുവേടനോ?

മിനുത്തു നേർത്ത നൂലിതെങ്ങുനിന്നു? മോടികൂടുമീ-
യനർഘമാം നെയിത്തുതന്നെയഭ്യസിച്ചതെങ്ങു നീ?
നിനയ്ക്ക നിന്റെ തുന്നൽ
കാഴ്ചവേലതന്നിലെത്തിയാൽ
നിനക്കു തങ്കമുദ്ര കിട്ടുമെട്ടുകാലി നിശ്ചയം!

നവംബർ 1910

അമ്പിളി

തുമ്പപ്പൂവിലും തൂമയെഴും നിലാ-
വമ്പിൽത്തൂവിക്കൊണ്ടാകാശവീഥിയിൽ
അമ്പിളി പൊങ്ങി നിൽക്കുന്നിതാ മര-
ക്കൊമ്പിന്മേൽ നിന്നു കോലോളം ദൂരത്തിൽ.

വെള്ളമേഘശകലങ്ങളാം നുര-
തള്ളിച്ചുകൊണ്ടു ദേവകൾ വിണ്ണാകും
വെള്ളത്തിൽ വിളയാടിത്തുഴഞ്ഞുപോം
വെള്ളിയോടമിതെന്നു തോന്നീടുന്നു!

വിണ്മേൽനിന്നു മന്ദസ്മിതം തൂവുമെൻ
വെണ്മതിക്കൂമ്പേ, നിന്നെയീയന്തിയിൽ
അമ്മതന്നങ്കമേറിയെൻ സോദര-
'നമ്മാവാ'യെന്നലിഞ്ഞു വിളിക്കുന്നു!

ദേഹശോഭപോലുള്ളത്തിൽക്കൂറുമീ-
മോഹനാകൃതിക്കു,ണ്ടിതെൻ പിന്നാലേ
സ്നേഹമോടും വിളിക്കുംവഴി പോരു-
ന്നാഹാ കൊച്ചുവെള്ളാട്ടിൻ കിടാവുപോൽ.

വട്ടം നന്നല്ലിതീവണ്ണമോടിയാൽ
മുട്ടുമേ ചെന്നക്കുന്നിന്മുകളിൽ നീ;
ഒട്ടു നിൽക്കങ്ങു, വന്നൊന്നു നിന്മേനി
തൊട്ടിടാനും കൊതിയെനിക്കോമനേ.

എന്നു കൈപൊക്കിയോടിനാനുന്മുഖൻ
കുന്നേറാനൊരു സാഹസി ബാലകൻ,

ചെന്നു പിന്നിൽ ഗൃഹപാഠകാലമാ-
യെന്നു ജ്യേഷ്ഠൻ തടഞ്ഞു ഞെട്ടുംവരെ.

ജൂലൈ 1914

മിന്നാമിനുങ്ങ്

ഇതെന്തൊരാനന്ദമിതെന്തു കൗതുകം!
സ്വതന്ത്രമായ് സുന്ദരമിപ്രഭാകണം
ഇതാ പറന്നെത്തിയടുത്തു ഹാ! പറ-
ന്നിതാ തൊടുമ്മുമ്പിതു വിണ്ണിലായിതേ!

ഉടൻ മടങ്ങുന്നിത, പൂത്തിരുട്ടിലായ്-
ക്കിടന്ന വേലിച്ചെടിതന്റെ തുമ്പിതിൽ;
ചുടുന്നതില്ലിച്ചെറുതീയതൊന്നുമേ!
കെടുന്നുമില്ലീ മഴയത്തുപോലുമേ!

ഇരിക്കൊലാ പൊങ്ങുക, വിണ്ണിലോമനേ,
ചരിക്ക നീ മിന്നിമിനുങ്ങിയങ്ങനെ,
വരിഷ്ഠമാം തങ്കമുരച്ച രേഖപോ-
ലിരുട്ടു കീറുന്നൊരു വജ്രസൂചിപോൽ.

സ്ഫുരിക്കുമീ നിന്നുടലിൻ പദാർത്ഥമെ-
ന്തുരയ്ക്ക, മിന്നൽപ്പിണരിൻ സ്ഫുലിംഗമോ?
വിരഞ്ഞുപോം താരഗണങ്ങൾ തമ്മിലാ-
ഞ്ഞുരഞ്ഞുപാറും പൊടിയോ, നിലാവതോ?

പുളച്ചിടുന്നെന്മനതാരഹോ! വെറും
വെളിച്ചമേ, വാ കിളിവാതിലൂടെ നീ,
വിളിച്ചുകേളാത്തവിധം ഗമിക്കിലാ-
മൊളിച്ചിടാൻ കള്ള, നിനക്കു വയ്യെടോ!

പിലാവിലും തെങ്ങിലുമക്കവുങ്ങിലും
വിലോലമായ് മാവിലുമങ്ങുമിങ്ങുമേ

വിലങ്ങിടും നീ പ്രകൃതിക്കു ചാർത്തുവാൻ
നിലാവു പൂമ്പട്ടിനു പാവു നെയ്കയോ?

മിനുങ്ങി നീ ചെന്നിടു, മാറണയ്ക്കുവാൻ
കനിഞ്ഞിതാ കൈത്തളിരാർന്ന ഭൂരുഹം
അനങ്ങിടാതങ്ങനെ നിൽപ്പി,താർക്കുമേ
മനം കൊതിക്കും മൃദുവെത്തൊടാനെടോ!

അതാ വിളങ്ങുന്നു ഭവദ്ഗണങ്ങളാൽ
സ്വതേ ചുഴന്നിപ്പനിനീർമലർച്ചെടി;
അതിന്നൊടൊക്കില്ലൊരു ചക്രവർത്തിത-
ന്നതിപ്രകാശം കലരും കിരീടവും.

പരന്ന വൻശാഖകൾ മേലിവറ്റയാർ-
ന്നിരുട്ടിൽ മിന്നുന്നു മരങ്ങളാകവേ;
നിരന്നു നക്ഷത്രഗണങ്ങൾ കീഴുമാ-
ർന്നിരട്ടയായ് തീർന്നൊരു വിണ്ണുപോലവേ.

വിളങ്ങിയും മങ്ങിയുമൊന്നിതാ വരു-
ന്നിളങ്കതിർത്തൂവൊളിയാർന്നു പൊങ്ങിയും
തളർന്നുവീണും—ചെറുതാരമൂഴിതാൻ
വളർപ്പതാമിങ്ങിതു—തള്ള വാനിലാം.

മുറിക്കകത്തായിതു! ഹാ! പ്രകാശമേ,
കരത്തിൽ വാ, കേറുക പുസ്തകങ്ങളിൽ,
ഉറക്കറയ്ക്കുള്ള കെടാവിളക്കുപോ-
ലിരിക്ക വന്നീയണിമേശമേലുമേ.

കനക്കുമുത്സാഹമൊടങ്ങുമിങ്ങും
തനിക്കു തോന്നുമ്പടിതന്നെയെങ്ങും

മിനുങ്ങിമങ്ങും ചൊടിയാർന്ന മിന്നാ-
മിനുങ്ങുമുൾപ്പൂവുമുടപ്പിറപ്പോ?

       സെപ്തംബർ 1912

നിശാപ്രാർത്ഥന

വിളയാടിയ കുട്ടി തള്ളയെ-
ത്തളരുമ്പോൾ തിരയുന്നു ദൈവമേ,
പലവൃത്തികളാൽ വലഞ്ഞു നിൻ
നില നോക്കുന്നിതു രാവിൽ ഞാനുമേ.

ഉടലിൽ ക്രിയ നിൽക്കുമെന്നെയി-
ങ്ങുടനേന്ദ്രിയമുള്ളവും വിഭോ
വെടിയും—പൊഴിയുന്ന പൂ നില-
ത്തടിയുംപോലണയും ഭവാനിൽ ഞാൻ.

ഘൃണയോടുമിരുട്ടിൽ നിൽക്കണേ
തുണയായയങ്ങ,വിടത്തെ വേഴ്ചയാൽ
ഉണരാകണമേ നടേതിലും
ഗുണവാനായ് ജഗദീശ, നാളെ ഞാൻ.

ജഗതിക്കു സമൃദ്ധി കൂടണം
ഭഗവൻ, ത്വൽകൃപയെന്നിൽ വായ്ക്കണം
അഘമൊക്കെയകന്നുദിക്കണം
സുഖമിങ്ങെന്റെ വിരോധികൾക്കുമേ.

ഒരു ദീപവുമിന്ദുവും സ്ഫുരി-
പ്പൊരു നക്ഷത്രവുമൊന്നുമെന്നിയേ
ഇരുൾമേലിരുളാം സുഷുപ്തിയിൽ
ശരണം ചിന്മയ ദേവദേവ നീ!

ജൂൺ 1914

ഈശ്വരൻ

ഓമൽപ്രഭാതരുചിയെങ്ങുമുയർന്ന നീല-
വ്യോമസ്ഥലം സ്വയമെരിഞ്ഞെഴുമർക്കബിംബം
ശ്രീമദ്ധരിത്രിയിവയെപ്പണിചെയ്ക കൈയിൻ
കേമത്തമോർത്തിവനു നീർ കവിയുന്നു കണ്ണിൽ.

അന്തിച്ചുവപ്പുമലയാഴിയുമങ്ങിരുട്ടി-
ലുന്തിസ്ഫുരിക്കുമുഡുരാശിയുമിന്ദുതാനും
പന്തിക്കു തീർത്ത പൊരുളിന്റെ മനോവിലാസം
ചിന്തിച്ചെനിക്കകമലിഞ്ഞുടൽ ചീർത്തിടുന്നു!

ചേണുറ്റു പൂത്ത വനമേന്തിയ കുന്നു ദൂരെ-
ക്കാണുന്നു പീലികുടയും മയിലിൻ ഗണം പോൽ
താണങ്ങു വിണ്ണിൽ മഴവില്ലു ലസിപ്പു വർണ്ണം-
പൂണുന്ന പൈങ്കിളികൾ ചേർന്നു പറന്നിടും പോൽ.

ഉല്ലോലമാമരുവി ദൂരെ മുഴങ്ങിടുന്നു
ഫുല്ലോല്ലസത്സുമഗണം മണമേകിടുന്നു;
കല്ലോലമാർന്നൊരു കയങ്ങളിൽനിന്നു പൊങ്ങി
നല്ലൊരു ചാരുകുളുർകാറ്റുമണഞ്ഞിടുന്നു!

ഇക്കാമ്യവസ്തുനിര ചെയ്തതു,മിങ്ങതോരാ-
നുൾക്കാമ്പുമെന്നുടലുമേകിയതും, സ്വയം ഞാൻ
ധിക്കാര്യമാർഗ്ഗമണയാതകമേ കടന്നു
ചുക്കാൻ തിരിക്കുവതു, മൊക്കെയൊരേ കരംതാൻ.

ഈ ലോകഭോഗമതിനീശ, ജനിച്ചു ഞാൻ നി-
ന്നാലോകഭാഗ്യമണയാതവകാശിയായി;
നൂലോതിയും സപദി മത്പ്രിയതാത, നിന്നെ

മാലോകർ ചൊല്ലിയുമറിഞ്ഞു വണങ്ങിടുന്നേൻ.

വമ്പിച്ച നിൻ മഹിമയും കൃപയും നിനച്ചു
കുമ്പിട്ടിടാത്ത തലയും ശിലയും സമംതാൻ
എമ്പിച്ചു തീർക്കയറിവായ് മനമാംവിളക്കിൻ-
തുമ്പിൽ ജ്വലിക്കുമഖിലേശ്വര, കൈതൊഴുന്നേൻ.

മാർച്ച് 1919

വണ്ടിന്റെ പാട്ട്

(കമലാകാന്തന്റെ എന്ന മട്ട്)

കൊടുമുടിയിൽ കഴുകൻ വസിക്കട്ടെ,
കൊടുതാം സിംഹം ഗുഹയിലും വാഴട്ടെ,
വടിവേലും തങ്കക്കുന്നേ, നിൻ പൂത്തൊരീ
നെടിയ കാടാർന്ന സാനുവിൽ മേവും ഞാൻ.

പതിച്ചിടാ നോട്ടം നാറും പിണങ്ങളിൽ,
കുതിച്ചു നിർദ്ദയം കൊന്നിടാ ജീവിയെ,
പതിവായിക്കാട്ടിൽ കാലത്തുമന്തിക്കും
പുതിയ പൂ കണ്ടു നിൻ പുകൾ വാഴ്ത്തും ഞാൻ.

അഴകേറും പൂവിൽ നീയലിഞ്ഞേകും തേ-
നഴലെന്യേ നുകർന്നാനന്ദമാർന്നുടൻ,
ഒഴിയാതോലും മണമാർന്ന തെന്നലിൻ
വഴിയേ നിൻ പുകൾ പാടിപ്പറക്കും ഞാൻ.

മുകളിൽ സൂര്യനും ചന്ദ്രനും വന്നിരു-
ളകലുമാറു പരത്തും കതിരൂടെ
പകലും രാവും പൊന്നോമനക്കുന്നേ, നിൻ
സകല ശോഭയും കണ്ടു രസിക്കും ഞാൻ.

നവംബർ 1915

കപോതപുഷ്പം

ഇതരസൗരഭവീചിയെ മേന്മയാൽ
വിധുരമാക്കിയിളംകുളുർവായുവിൽ
എതിരകന്നിവിടെ പ്രസരിപ്പൊരീ-
മധുരഗന്ധമഹോ! മതിമോഹനം.

ഭ്രമരനീലദലാവലികൾക്കുമേൽ
വിമലമായ് മലർമഞ്ജരിയൊന്നിതാ
കമഠമുള്ളിലെഴുന്ന കളത്തിൽ നീർ-
ക്കുമിളതൻ നിരപോൽ വിലസുന്നുതേ!

ധവളമാം സ്ഫടികച്ചിമിഴീവിധം
നവസുഗന്ധമൊടൊന്നു തുറന്നതോ?
അവികലം മണിയാർന്നതിനിർമ്മല-
ച്ഛവിയൊടും പുതുചിപ്പി വിടർന്നതോ?

അതിവിചിത്രമനോഹരശില്പമി-
പ്പുതിയ പൂ—കരകൗശലശാലയിൽ
ഇതിനൊടൊത്തൊരു ദന്തമയങ്ങളാം
കൃതികളില്ല വിധേ, വിഭു തന്നെ നീ!

അഹഹ! നിർമ്മലലോലമനോജ്ഞമീ
വിഹഗമെങ്ങനെ വന്നിതിനുള്ളിലായ്;
ഗഹനമേ വിധിചേഷ്ട—പിറാവിതിൽ
സഹജമോ, നിഴലോ, മിഴിമായയോ?

ഒരു വികാരവുമെന്നിയഹോ! ഖഗം
മരുവിടുന്നിതു മൗനസമാധിയിൽ;
പറവയിൽ ചിലതുണ്ടവതാരമായ്,

പറയുമങ്ങനെയാഗമവേദികൾ.

ഭുവനതത്ത്വവുമന്തവുമൊന്നുമേ
വിവരമില്ല, പഠിച്ചു വലഞ്ഞിതേ!
ഇവനതെൻ പരിശുദ്ധകപോതികേ,
ഭവതിയോരുകിലൻപിനോടോതണേ!

ഒക്ടോബർ 1916

നിഷ്കപടതയോട്

പൂവിനെതിർ മെയ്യൊളിയൊതുങ്ങിയഴലാലി-
ന്നാവിതടവും മുകുരമൊത്തു കവിൾ മങ്ങി,
ആവിലമനസ്സൊടൊരു കൈയിൽ മുഖമർപ്പി-
ച്ചീവിധമിരുന്നഴുവതെന്തു വിമലേ! നീ?

ഉണ്മയുടെയൂർജ്ജിതവിഭുത്വമതു പോയി,-
ന്നെന്മഹിമയാരുമറിയാത്ത നിലയായി,
ഇമ്മഹിയിലെന്തിനിനി വാഴുവതു ഞാനെ-
ന്നുണ്മലർ കരിഞ്ഞയി, ശുഭേ, കരവതോ നീ!

പുഞ്ചിരിനിലാവൊളി പുറത്തിരുളകത്തായ്
നെഞ്ചിൽ വിഷമായ് മൊഴിയിൽ നല്ല നറുതേനായ്
വഞ്ചന മുഴുത്തു ഭുവനത്തിലിനി നല്ലോ-
രഞ്ചണമതോർത്തു സരളേ,യഴുവതോ നീ?

സ്നേഹമുതിരേണ്ടവരിൽനിന്നും പകയായി,
ഗേഹമതിനാൽ ഭയദമാമടവിയായി
മോഹതിമിരം പെരുകി മൂഢതയുമാക്കി-
സ്സാഹസികർ നിന്നെയതിനാലഴുവതോ നീ?

മാഴ്കരുതു മഞ്ജുമുഖി, സത്യമൊടസത്യം
വ്യാകുലിതമായ പൊരുളാണു ഭുവനം കേൾ;
ഏകരസമായ് ഗുണമെഴില്ലറികയെങ്ങും,
ലോകമിതിൽ നന്മയൊടു തിന്മ പൊരുതുന്നു.

പണ്ടു മുതലിങ്ങനെ വെളിച്ചവുമിരുട്ടും
രണ്ടുമിടയുന്നിതു സുരാസുരർ കണക്കെ;

ഇണ്ടലതിനാൽ വരുവതും വിരവിൽ നീങ്ങും
കണ്ടറികയുണ്മ സുകുമാരി, കരയാതെ.

ഇങ്ങനെ തിരിഞ്ഞു വിധിചക്രമുഴറുമ്പോ-
ളിങ്ങമലധർമ്മമതിലൂന്നി വിലസുന്നു,
മങ്ങിയുമിടയ്ക്കിടെ വിളങ്ങിയുമിരുട്ടിൽ-
ത്തങ്ങിയിരുപക്ഷമെഴുമിന്ദുകലപോലെ.

നിന്നെ വെടിയുന്നവനു നീ വെടിയുവോനും
പിന്നെ മനുജന്റെ വടിവെന്തിനു മനോജ്ഞേ?
നിന്നകമെരിഞ്ഞു മിഴിനീർ പൊഴിവതെന്നാ-
മന്നറിക തീനരകമെന്നു മഹിതാഭേ.

ജീവിതതരണത്തിലതിമാനമൊടു ഞാനെൻ
ദേവി തുണനിൽക്കിൽ വിജയിപ്പനതിനാലേ,
പൂവിൽ മണവും മണിവിളക്കിലൊളിയുംപോൽ
നീ വിലസുകെന്റെ മനതാരിൽ മറയാതെ.

നിൽക്ക തുണയായയഴലൊഴിക്കയെഴുനേൽക്കി-
ന്നിക്കലുഷഭാവമയി, നിന്നിലഴകാമോ?
'നിഷ്ക്കപടതേ', കരൾ നിറഞ്ഞൊരിരുൾ നീക്കും
ചിൽക്കതിരവന്റെ ചെറുരശ്മിയമലേ നീ.

ഡിസംബർ 1915

ഗുണനിഷ്ഠ

തെരുതെരെ വിളങ്ങും നവകൃതകരത്നം
തെരുവുകളിലെങ്ങും തിരുതകൃതിയായി,
പുരുമഹിമ താണും പരിഭവമിയന്നും
മരുവി വിലയേറും മണികൾ മറയാറായ്.

നയ,മരിയ സത്യം, ദയ, പരഹിതത്തിൽ
പ്രിയത മുതലാകും ഹൃദയഗുണമെല്ലാം
ഭയമിയലുമാറായതതിനുടെ രൂപം
സ്വയമഭിനയിക്കും ഖലദുരകളാലെ.

ഒരു വിജയമോർത്തിട്ടൊരു ചതി തുടർന്നാൽ
പെരുകുമതുമൂലം പല വിനകൾ നാട്ടിൽ
കരുമനഗുണങ്ങൾക്കണയുവതു ധൂർത്തേ,
കരുതുക സഹിക്കാ ഗുണനിലയനീശൻ.

കളികൾ മതിയാക്കൂ കപടമണി! നീണാ-
ളൊളിചിതറിടാ നിന്മുഖമിതൊരുനാൾ നീ
തെളിവുടയ നീരിൽ പെടുമൊരു മരുന്നാൽ
പൊളിയുമഥവാ പോയ് നികഷശിലയേറും!

ക്ഷണപരിഭവത്താൽ ഗുണമണികൾമേൽ നിൻ
പ്രണയമൊരുലേശം കുറയരുതു നെഞ്ചേ,
ഗുണനിരയൊടൊപ്പം മനുജനൊരുനാളും
തുണയരുളിടാ കേൾ സുരനിരകൾപോലും.

ഏപ്രിൽ 1920

സങ്കീർത്തനം

ചന്തമേറിയ പൂവിലും ശബളാഭമാം
ശലഭത്തിലും
സന്തതം കരതാരിയന്നൊരു ചിത്ര-
ചാതുരി കാട്ടിയും
ഹന്ത! ചാരുകടാക്ഷമാലകളർക്ക-
രശ്മിയിൽ നീട്ടിയും
ചിന്തയാം മണിമന്ദിരത്തിൽ വിളങ്ങു-
മീശനെ വാഴ്ത്തുവിൻ!

സാരമായ് സകലത്തിലും മതസംഗ്രഹം
ഗ്രഹിയാത്തതായ്
കാരണാന്തരമായ് ജഗത്തിലുയർന്നു
നിന്നിടുമൊന്നിനെ
സൗരഭോൽക്കട നാഭികൊണ്ടു മൃഗംകണ-
ക്കനുമേയമായ്
ദൂരമാകിലുമാത്മഹാർദ്ദഗുണാസ്പദത്തെ
നിനയ്ക്കുവിൻ!

നിത്യനായക, നീതിചക്രമതിൻ-
തിരിച്ചിലിനക്ഷമാം
സത്യമുൾക്കമലത്തിലും സ്ഥിരമായ്
വിളങ്ങുക നാവിലും
കൃത്യഭൂ വെടിയാതെയും മടിയാതെയും
കരകോടിയിൽ
പ്രത്യഹം പ്രഥയാർന്ന പാവനകർമ്മ-
ശക്തി കുളിക്കുക!

സാഹസങ്ങൾ തുടർന്നുടൻ സുഖഭാണ്ഡ-
മാശു കവർന്നുപോം
ദേഹമാനസ ദോഷസന്തതി ദേവ
ദേവ, നശിക്കണേ.
സ്നേഹമാം കുളിർപ്പൂനിലാവു പരന്നു
സർവവുമേകമായ്
മോഹമാമിരുൾ നീങ്ങി നിന്റെ മഹത്ത്വ-
മുള്ളിൽ വിളങ്ങണേ.

ധർമ്മമാം വഴി തന്നിൽ വന്നണയുന്ന വൈരികളഞ്ചവേ
നിർമ്മലദ്യുതിയാർന്ന നിശ്ചയഖഡ്ഗമേന്തി നടന്നുടൻ
കർമ്മസീമ കടന്നുപോയ് കളിയാടു-
വാനരുളേണമേ
ശർമ്മവാരിധിയിൽ കൃപാകര, ശാന്തിയാം
മണിനൗകയിൽ.

ഒക്ടോബർ 1919

ദീപാർപ്പണം

ഭാവബന്ധമൊടു സത്യരൂപനാം,
ദേവ, നിന്മഹിമയാർന്ന കോവിലിൽ
പാവനപ്രഭയെഴും വിളക്കിതാ
സാവധാനമടിയൻ കൊളുത്തിനേൻ.

അല്പമെങ്കിലുമതിൻ പ്രഭാങ്കുരം
സല്പതേ,യിരുൾ തുരന്നു മെല്ലവേ
ശില്പരമ്യപദപീഠഭൂവിൽ നി-
ന്നുല്പതിച്ചു തിരുമെയ്യിലെത്തണേ!

സ്ഥേമയാർന്ന മണിഭൂഷണത്തിലും
തൂമനോജ്ഞമലർമാലതന്നിലും
ഹേമവിഗ്രഹമരീചി തേടുമി-
ക്കോമളപ്രഭ തിളങ്ങണേ വിഭോ!

മാറ്റി നിന്മുഖരസംമറച്ചിതിൽ
പോറ്റി, പുൽകരുതു ധൂമരേഖകൾ;
മാറ്റിയന്ന മണിവാതിലൂടെഴും
കാറ്റിലാടരുതിതിൻ ശിഖാഞ്ചലം.

ചീർത്തിതിന്നൊളി തെളിഞ്ഞു പൊങ്ങി നെയ്
വാർത്തിടായ്കിലുമെരിഞ്ഞു മേൽക്കുമേൽ
നേർത്തിതീശ, മിഴിയഞ്ചിടുന്ന നിൻ-
മൂർത്തി മുൻപു നിഴൽ നീങ്ങി നില്ക്കണേ!

സെപ്തംബർ 1919

★ ★ ★

Milton Keynes UK
Ingram Content Group UK Ltd.
UKHW050435280324
440101UK00016B/1102

9 798881 230111